ஒவ்வா

ஓவ்வா

ஸர்மிளா ஸெய்யித் (பி. 1982)

இலங்கையில் ஏறாவூரில் பிறந்தார். இதழியல், கல்வி முகாமைத்துவம், உளவியல் துறைகளில் பயின்றுள்ளார். சமூகச் செயற்பாட்டாளர்.

இவரது இரண்டாவது கவிதைத் தொகுப்பு இது. முந்தைய படைப்புகள் 'சிறகு முளைத்த பெண்' (கவிதைகள், 2012), 'உம்மத்' (நாவல், 2013).

மின்னஞ்சல்: sharmilaseyyid@yahoo.com

ஸர்மிளா ஸெய்யித்

ஒவ்வா

காலச்சுவடு பதிப்பகம்

ஔவ்வா • கவிதைகள் • ஆசிரியர்: ஸர்மிளா ஸெய்யித் • © ஸர்மிளா ஸெய்யித் • முதல் பதிப்பு: செப்டம்பர் 2014 • இரண்டாம் (குறும்) பதிப்பு: டிசம்பர் 2018 • வெளியீடு: காலச்சுவடு பப்ளிகேஷன்ஸ் (பி) லிட்., 669, கே.பி. சாலை, நாகர்கோவில் 629001

காலச்சுவடு பதிப்பக வெளியீடு: 585

ovvaa • Poems • Author: Sharmila Seyyid • © Sharmila Seyyid • Language: Tamil • First Edition: September 2014 • Second (Short) Edition: December 2018 • Size: Demy 1 x 8 • Paper: 18.6 kg maplitho • Pages: 72

Published by Kalachuvadu Publications Pvt. Ltd., 669, K.P. Road, Nagercoil 629001, India • Phone: 91-4652-278525 • e-mail: publications@kalachuvadu.com • Printed at Compuprint Premier Design House, Chennai 600086

ISBN: 978-93-82033-52-3

12/2018/S.No. 585, kcp 2256, 18.6 (2) OLL

எனது சுல்தான்
சேகுதாவூத் பஷீருக்கு

பொருளடக்கம்

உம்மாவுக்குத் தெரிந்தேயிருந்தது

உம்மாவுக்குத் தெரிந்தேயிருந்தது
என்னை மாற்ற முயல்வது வீணென்று

எனது பொல்லாத் தன்மைகளால் சந்தேகமுண்டாகிய
தருணங்களை

ஒன்றுகூட்டி முடிவுசெய்தாள்
ஏதோவொரு சாபத்தில் என்னை ஈன்றெடுத்ததாக . . .

என் கலகங்களை அடக்கிவிடுவதற்காக
ஊதுபத்திகளை ஏற்றிப் பிரார்த்தித்தாள்
சாம்பிராணி மணத்தில் வீட்டை முழுவதும் நிறைத்தாள்
காலையும் மாலையும் குர்ஆன் ஆயத்துக்களை ஓதினாள்

எனக்குத் தொடக்கமும் முடிவும் தெரியும் என்றபோது
சுத்தமாக நம்பவில்லை அவள்
கனவுகளை வரைகின்ற என்னிடமே
கனவு காணாதே என்றாள்

நான் அடிவானிலிருந்து வந்தவள்
சூரியனின் பூச்சரம்
இரவைப் பூட்டுகிற சாவி
இறக்கைகளுடன் புறப்படுகிறவள் ஆகிய எதிலும்
நம்பிக்கையில்லை அவளுக்கு.

அவளுக்கும் நான் பெண் மற்ற எல்லாருக்கும் போலவே . . .

இரகசியக் குரல்

இரகசியக் குரல் எங்கிருந்தென்னை அழைக்கிறதெனக்
கண்டறிந்துவிட்டேன்.
பேசமுடியாத அந்தக் குரலில் தீரா மனவலி கசிகிறது.
சிலபோது அதன் ஊளை
காட்டு ஓநாயினுடையதாகி
அச்சுறுத்துகிறது.

மயானத்தின் கல்லறைச் சுவர்களைத் தகர்த்தபடி
என்னை அழைக்கிற இரகசியக் குரலுக்காக
இறந்துவிட்டவர்கள் எல்லோரையும் நினைவு கூர்கிறேன்.

ஞாபகமிருக்கிறது
நான் ஒரு கல்லறையிலிருந்தே எழுந்து வந்தேன்,
நேசத்துக்குரியவர்களை மறுபடியும் சந்திப்பதற்காக
தூங்குமூஞ்சி மரங்களின் நிழல்சாய்ந்த சாலைகளில்
நடப்பதற்காக
கடற்கரைப் பூங்காக்களில் உலாவுவதற்காக
மலர்க்கொத்துகளை அன்பளிப்பதற்காக
அடிபணியாமையோடு தாராளமாக அன்பையும்
இறைப்பதற்காக
ஒருவராலும் இசைக்கமுடியாத புதிய பாடலொன்றை
எழுதுவதற்காக . . .

துரோகமும் அவமானமும் முழுவதும் இல்லாது
செய்யப்பட்ட நான்
குற்றவுணர்வு இல்லாதவள்,
அழுகையின் அவகாசங்களை இழந்தவள்
அடி முதல் நுனிவரை என்னைச் சரிபார்க்கிறேன்
உண்மையிலேயே நானொரு மாந்தளிர்
பாராட்டுதல்களுக்காகப் பாடலிசைக்காத குரல்
கொண்டவள்
வியப்பூட்டும் வகையில் வாழ்ந்து கொண்டிருப்பவள்
எவரிடத்தும் காமுறாத
நூற்றாண்டின் நட்சத்திரம்

உறக்கமில்லாத இந்த இரவில் முடிவு செய்கிறேன்,
இனியொருபோதும் கல்லறைக்குத் திரும்பிச்
செல்ல மாட்டேன்
உடலுக்குத் தேவையேயில்லை இங்கு,
அங்கேயே படுத்திருக்கட்டும் அது.

உயில்

என்னை இப்படியே விட்டுவிட மாட்டீர்களா
என் மனத்தில் ஒன்றுமில்லை என்கிறேன்
திருகல் முறுகலான பிளவுண்ட மனத்திலிருந்து
உதிர்கிற மொழிகளைச் சேகரித்தபடியே இருக்கிறீர்கள்

மனத்தின் போக்கைச் சீராக்கி
ஆழ்மனதின் நினைவடுக்குகளைப் பிரித்துத்தூசி தட்டினால்
வாழ்வை மாற்றி என்னைக் காப்பாற்ற
ஆலோசிக்கிற மருத்துவரை பொறுமையோடு
செவியேற்கிறேன்
வீணென்று தெரிந்த போதிலும் . . .

வாழ்வைக் காப்பாற்றுகிற அக்கறை சிரிப்பு மூட்டுகிறது
இன்னும் பிறக்காத எனக்கு
மரணம் பற்றி என்ன பயம்

நிலவொளியால் ஆக்கப்பட்ட என்னை
நீங்கள் ஒருவரும் அறிந்ததேயில்லையா

நான் ஒளி
சுழலும் அலைகளில்
விளக்குகள் ஏற்ற இறங்குகிறேன்

நான் சுவை
உயிரின் அடியாழத்தில்
தின்னப்படாமலே களிவெறியாகிறேன்

என்னை இப்படியே விட்டுவிடுங்கள்
என் மனத்தில் ஒன்றுமில்லை
எனக்கு மனதே இல்லை

எனக்கு உயிர் இல்லை – என்னைக் கொல்ல முடியாது
எனக்கு உடல் இல்லை – என்னைப் புதைக்க முடியாது
அறிவுக்குப் புலனுக்கும் அகப்படாத பொருள் நான்!!!

திரும்பிச் செல்லுகிறவரை
என்னை இப்படியே விட்டுவிடுங்கள்.

உடலில் வாழும் கனி

உறக்கம் கொள்கிற போதும்
விழித்திருக்கிற போதும்
இறுக்கிப் பிடிக்கிற வலி
என்னைத் திரவமாகக் கரையச் செய்கிறது
ஒவ்வொரு இமைகளையும் மயிர்களையும்
ஒவ்வொரு நகங்களையும் நாளங்களையும்
பிடிங்கியெறிவதுபோலக் கதறச் செய்கிறது
சூறாவளிக் காற்றாகி
உடலின் சுவர்களைத் தகர்தெறிகிறது
நான் மாத்திரமே உடமை என்பதுபோன்ற ஆங்காரத்துடன்
உயிரின் ஒவ்வொரு செல்லையும் இறுக்கிப் பிடிக்கிறது

தடுமாறும் இந்தத் தருணங்களில் நான் அதன் இரை
பிரபஞ்சத்திற்கும் எனக்குமிடையிலான
பாலத்தில் நான் புறப்படத் தயாராகுகையில்
அது என்னைத் திருப்பித் தந்துவிடும்
கதறலில் இருந்து விடுவித்து மெல்ல நகரும்

நிலைகுலைக்கும் இந்த வலியிலிருந்து
வெளியேற விரும்புவதேயில்லை நான்
மழையில் நனைவதை விரும்புகிற குழந்தைபோல

இது வெறும் வலி அல்ல,
என்னை மறு உயிர்க்கச் செய்யும் அற்புதக் கனி.

ஓய்விலிருந்து திரும்பியிருக்கிறேன்

ஓய்விலிருந்து திரும்பியிருக்கிறேன்

நீண்ட உறக்கத்துடனான ஓய்வில்
என் எதிர்காலத்தை எழுதினேன்
எவரைப்போலவும் இல்லாத என்னை வரைந்தேன்
எதனிலும் தீவிர நாட்டமற்ற என்னைச் செதுக்கினேன்
எவராலும் தோற்கடிக்கமுடியாத என்னை உருவாக்கினேன்

சபிக்கப்பட்ட கடந்தகால நிலங்களில் பயிர்களை
விதைத்திருக்கிறேன்
பழைய சில ஒப்பந்தங்களைத் தீயில் எறிந்தேன்
நடக்கவிருந்த பேரழிவுகளின் வாசல்களை மூடினேன்

எளிமையான கண்ணீர் என் ஆயுதமில்லை
வெற்றியோ தோல்வியோ எதையும் நான்
கொண்டாடுவதில்லை
எதிரிகள் கிடையாதெனக்கு
வாழ்வை விருந்தாட உருவாகியவள் நான்!

ஒவ்வா

அவர்கள் பேசிக் கொண்டிருந்தார்கள்
நான் களைந்தெறிந்த என் உடல் பற்றி

என்னை அவர்கள் சேர்ப்பதுமில்லை
நான் பாறையாகக் கிடப்பதில்
அவர்களுக்கு உடன்பாடில்லை ஆதலால்.

இரவும் நிலவும் அவர்களுக்குப் போல்
என்னை வயப்படுத்துவதில்லை
சூனியக்காரனின் மந்திரத்தில் மயங்கி
சீசாவில் அடைபட்ட ஆவியாக
இருள் சூழ்ந்த குகைகளுக்குள்
நான் கட்டுணவில்லையென அவர்களுக்கு
என்னில் கோபம்

அவர்களது கம்பளம்
எனது வழியின் இயல்பை மாற்றிவிடக்கூடாதென்ற
என் கவனத்தை ஏற்கிறார்களில்லை
புறக்காரணிகளின்றி ஓங்கி வளர்ந்திட முடியுமாவென
சவாலிடுமவர்களை நேராக எதிர்கொள்வதே என்
விருப்பம்

என் மாயச் சிறகுகளைக் கண்டவர்கள் பிரமிக்கிறார்கள்
சற்றேனும் சாயமற்ற என் வார்த்தைகள்
வாலற்ற நாகமென அவர்களைச் சுற்றிக் கொள்வதிலிருந்து
தப்பிக்க முடியாது தடுமாறுகிறார்கள்

மீண்டுமொரு முறை என்னைச் செதுக்குகிறேன்
முன்னரைவிடவும் கூர்மையடைந்த
என்னைக் காணுகிறேன்
என் உடல்
நான் களைந்தெறிந்த இடத்திலேயே கிடக்கிறது
உடலைத் தழுவிக்கொள்ளும்
பேராவலை மீண்டும் தவிர்க்கிறேன்
சீசாவில் அடைபட்ட ஆவியாக
மாற எனக்குச் சம்மதமில்லை ஆதலால் . . .

முன்பும் இப்போதும்

நிறங்களோடு விளையாடுவதையே விரும்புகிறான்
ஒன்றை ஒன்றோடு கலந்து
இருண்ட இளகிய கலவைகளைச் சமைக்கிறான்

ஒரு வெற்றுத்தாளைத்தானும்
விட்டுவைக்கப் பிரியமற்ற மனதுடன்
நிறங்களால் வரைகிறான்
சூரியன்
மேகக்கூட்டங்கள்
பூக்கள்
வண்ணத்திப்பூச்சிகள்
இவற்றிடையே சின்னதாய் ஒரு மனை

பூக்களுக்கிடையே உலாவுவதாக
வண்ணத்திப்பூச்சிகளைத் துரத்திப் பிடிக்க ஓடுவதாக
கதையும் சொன்னான் . . .

இப்போது –
தவிர்க்க ஒண்ணாமல்
சூரியனும் மேகமும் வரைகிறான்

கடல்
நீண்ட சாலை
சில மரங்கள்
நகரும் வாகனங்கள்
மனிதக்கூட்டம்
இவற்றிற்கிடையே அவன்

குழந்தையாயிருந்தவன்
வளர்ந்துவிட்டிருந்தான்.

பெண் கடவுள்

ஒவ்வொரு கணமும் நினைவூட்டப்படுகின்ற
காலத்தின் குறியீடு அவள்
இசை அவளது சுயம்
நடனம் அவளது காற்று
கலை அவளது வாழ்வு

அவளது காற்று அடைபட்ட தளத்தில்
அவளது இசை நிரம்பிய சுயத்தில்
அவளது கலை கனிந்த அரங்கில்
ஒளியும் அழகுமாக வாழ்கிறாள்.

அவளது நினைவின் ஒவ்வொரு குறியீடும்
சிலுவையில் அறையப்படும் ஆணிகளாக
என்னில் வீசப்படுகின்றன.

அவளது உள்ளார்ந்த பிம்பம்
என்னுள் புகுந்து சிறைப் பிடித்து
ஆழ்மன வேர்களை அசைக்கிறது

அவளது காற்று அடைபட்ட இடத்திற்கு
முன்னறிவிப்பின்றி
இழுத்துச் செல்லப்படுகிறேன்.
அவளது இசைக் குரல் என் ஆழ்மனதில் நிரம்பிக்
கண்ணீராகப் பெருக்கெடுகிறது.

சுதந்திரத்திற்குக் காத்திருக்கும் கைதி என்னை
உச்சி கொஞ்சி,
வாழ்வின் வழிநெடுகிலுமான காதலின் தடயங்களில்
கைப்பிடித்து நடக்கிறாள்.

அவளது ஆழ்மன சுயம்
நறுமணம் கமழும் காற்றாக
என்னில் முழுவதுமாக வியாபித்து
என் உடலை எடுத்துக் கொண்டு நகர்கிறது.

வந்துவிடு, மீண்டும்

ஓர் அலையின் எழுச்சியாக
காமத்தின் ஆழங்காணமுடியாத இரகசியத்துள்
இழுத்துச்செல்கிறது முத்தம்.

ஈரங்கசியும் மர்ம வாசத்தில் கிறங்கி
சோம்பலுடன் நெளிகிற பாம்பாகி
உன் மலைகளின் சாய்வு வழிகளில் இறங்குகிறேன்.

செம்மல்லி மணம் நிறைந்த
பரிச்சயமற்ற மரங்கள் அடர்ந்து சூழ்ந்த
உன் காட்டின் மத்தியில்
என்னைப் பலியிடு என்று கெஞ்சுகிறேன்
முழுவதும் நசுக்கப்பட்ட என் ஆன்மாவை
எது வேண்டுமோ செய்துகொள் எனச்சவாலிடுகிறேன்.

பூந்தையலிட்ட படுக்கையில்
ஒட்டுமொத்த இரவையும் ருசிகரமாகக் கழித்தபின்
தொன்மையான மிருதுவான இசை காற்றில் மிதக்க
என்னை நழுவிப்போகச் செய்கிறாய்.

சொற்களைப் பொருட்படுத்தாமலே
முத்தங்களுடன் மட்டும்
என்னை விட்டுச் செல்கிறாய்
நம் இதயம் இடைவெளிகளை இல்லாது செய்யும்
ஆன்மாவின் ஆழ்ந்த வேர்களால் ஆனது

ஆனால் என் நேசத்துக்குரியவனே
காத்திருப்பு அலுப்பூட்டுவது
சித்திரவதையானது
எனது சிறிய தேசத்திலிருந்தும்
நான் நேசித்தவற்றிலிருந்தும் நெடுந்தொலைவில்
இருப்பதென்பது
என்னைத் துயரில் ஆழ்த்துகிறது.

விடுதலைக்கான
இரகசியமிக்க இந்தப் பயணத்தில்
நூற்றாண்டுகளாகப் படிந்து கிடக்கும் உன்
நினைவுகளைத் தவிர
வேறெதனையும் எடுத்துவரவில்லை.

வாழ்வின் முடிவில்லா வெளிகளின் தொலைவுக்கு
செல்வதற்கு முன்
என்னிடம் வந்துவிடு, மீண்டும்.

வேறு பிரயோகமில்லை

திட்டமிடல் இல்லாமலேதான் அது நிகழ்கிறது
ஒரு துளியாக விழுந்து
கண்ணிமைப்பதற்குள் பெருக்கெடுக்கிறது

வானம் இருண்டு கொந்தளித்து
மழை மேகங்கள் வீங்கி மின்னுகிற பொழுதொன்றில்
உலகின் புறவயங்களிலிருந்து எங்களைத் துண்டிக்கும்
சுயப்பிரக்ஞையின் தோற்றுவாய்களைத் தேடினோம்.

உள்ளூறைந்திருக்கும் உணர்வில்
நுட்பமான இந்த ஒற்றுமை
நமக்கு எப்படி வாய்த்ததென்றும்
வெற்றுக் கணங்களாகியிருக்கும் பொழுது இது
உண்மையானதாவென்றும் சிந்தித்தோம்.

இரவின் அமைதியை இரகசியத்தை நேசித்தபடியே
சில கணங்கள் மௌனித்திருந்தோம்.
திடீரென நகர்ந்த இருண்ட மழை மேகங்களின்
பின்னிருந்து மின்னிய ஒற்றை நட்சத்திரமும்
அதன் தனிமையும் நம்மைத் துயருரச் செய்தது.

புலப்படாத கடற்கரை இருட்டில்
நாம் நீண்ட பொழுதிருந்தோம்
மணல் பரப்பினடியில் பகல் நேரத்து வெம்மை
புதைந்திருந்தும்
நம்மைப் பிரதிபலிப்பதற்குப் போலவே . . .
மேற்பரப்பு குளிர்ச்சியாயிருந்தது

விட்டு விட்டு வீசிய கடற்காற்றில்
நாம் முத்தமிட்டுக் கொள்ளவில்லை.
அனுமதியின்றியும் கொஞ்சமும் தயக்கமில்லாமலும்
இதயமும் உயிரும் கொஞ்சுகையில்
புன்முறுவலுடன் விரல்களைக் கோர்த்துக் கொண்டோம்.

விபரிக்கமுடியா காரணத்தில்
நாம் நடந்த பொன் மணலைப் படம்பிடித்து மகிழ்ந்தோம்.
எதைப் பரிமாறுவது,
இனி எப்போது சந்திப்பதென்று தெரியாமலே
நெருங்கிய யாரையோ பிரிகிற வலியுடன்
அந்த மணலைவிட்டுப் புறப்பட்டோம்.
வேறு பிரயோகமேயில்லை ஆதலால்
காதல் என்றே நம்முடையதைக் கூறுவோம்.

மீன்காரி

அசைவப் பேயாகி
ஒவ்வொரு மீனையும் மோப்பமிட்டு
மணலில் புரண்டபடி வாரி நிரப்புகிறேன்
புலாலுக்குப் பரிச்சயமான மீன்காரியினுடையதாக
மீன்குஞ்சுகளை அளைந்தபடியிருந்தன கைகள்

தணலில் சுடுபடுகின்ற மீனின் தோலாக
மாறிவிட்டிருந்தது எனது முகம்.

அபூர்வ வேட்கையைக் கிளறக்கூடியதொரு நறுமணம்
எங்கிருந்தோ வந்தென்னை மெல்ல மெல்ல நிறைக்கிறது.

என்னைத் திறந்துவிடுகிறேன் . . .

என்னிலிருந்து புறப்பட்ட கடல்
என் மீன்களை இழுத்துக் கொண்டும்
புலால் மணத்தைத் கழுவி அழித்துக் கொண்டும்
நான் இருந்த நிலையிலேயே என்னை விட்டுப் பாய்கிறது.

குகை

அவனுக்கு வேண்டியதெல்லாம் ஒரு இடம்
வெளிச்சமும் இருளுமில்லாத வெளியைச் சமைக்க . . .

இலைக்கூட்டுக்குள் முடங்கியிருக்கும் புலப்படாத புழுவாக
மரத்துடன் தொடர்பற்ற உதிர்ந்தவொரு இலையாக
அடர்ந்த உறுதியான இறப்பர் மரத்தைச் சென்று சேர
முடியாத
வடிந்த இளகிய பாலாக
இவற்றில் ஏதேனும் ஒன்றாக அல்லது வேறேதேனும்
ஒன்றாக
தானும் ஆக விரும்பினான்!

அவனை அவன் வெளியேற்றி நெடுநாளாகிவிட்டது
உள்ளேயும் வெளியேயுமான சொந்த தன் முகங்களை
வெறுத்தான்.

அவனுக்கு வேண்டியதெல்லாம் ஒரு இடம்
வெளிச்சமும் இருளுமில்லாத வெளியைச் சமைக்க . . .

ஒரு பெண்ணைக் கண்டபோது முடிவு செய்தான்
அவளை ஒரு குகையாக வனைந்து புகுந்தான்
இருளோ ஒளியோ உட்புக முடியாத சுவர்களால் ஆன
குகை அவள்.
சௌகரியமிக்க குகையாக அவ்வப்போது புதுசு படுத்தினான்
பூமியிலோ அந்தரத்திலோ எங்குமில்லாத
வெளியை அடைந்திருந்தான்

இறப்பர் மரத்திலிருந்து வடிகிற இளகிய பாலாக
வடிந்து கொண்டிருந்தாள் அவள்
உடலெங்கும் பட்டை கீறிய தழும்புகளுடன் . . .

தாழ் உடைத்த நதி

சிலந்தியின் வலையாகியிருக்கிறது
முரண்பாடு
முழுமையாகச் சிதைக்கவும் முடியாது
மெது மெதுவாகப் பிரித்தெடுக்கவேண்டும்

எனது பூர்வீக நிலத்தில் அத்துமீறிகள் உழுது பயிரிட
நான் இசைத்துக் கொண்டிருக்க வேண்டுமா
எதிரி கழுத்தை நெரிக்கும்போது நடனமாடுவதா என்
கால்கள்

தேசத்தின் எல்லை மீள வரைபடுகையில்
சாளரங்களைத் திறந்துவிட்டுக் காத்திருக்கும்
வேட்கையிலானதா என் உடல்
நகரத்தின் இருட்டில் இடிபாட்டில் நின்று
புன்னகைக்கிற குரூர முகமா எனது

எது பற்றியும் அக்கறையற்ற பிச்சியாக இருக்கவும் நடிக்கவும்
பித்தம் முற்றிய கவிதைக்காரியல்லவே இவள்

தாழ் உடைத்த நதி
நுரைத்துப் பொங்கப் பாய்ந்து வருகிறேன்
பாத்திரங்கள் கழுவப்படுவதையும் பாத்திரங்களில்
நிரப்பப்படுவதையும்
அலட்சியமாகக் கடக்கும் நதி!

அந்தக் கரங்களைத் தொடுகை செய்திருந்தால் . . .

அவளது கரங்களை நீங்கள் பார்த்திருக்க முடியாது
அதனை ஒரு முறையாவது தொடுகை செய்திருந்தால்
புதைக்கவோ எரிக்கவோ அனுமதிக்க மாட்டீர்கள்

எங்காவது எப்போதாவது அவளை நீங்கள் கடந்திருப்பீர்கள்
வெயிலின் மொத்த வீச்சும் விழுந்து விழுந்து
இறுகிய அவள் உடல் கவர்ந்திழுக்கக் கூடியதல்ல
நீங்கள் அவளைக் கடந்து மட்டுமேயிருப்பீர்கள்

வெட்ட வெளியில்
சூரியனும் நிலமும் சயனிக்கிற பொழுதுகளில்
பரவிய முந்திரிகளோடு
அவளும் காய்கிற மதியப் பொழுதுகளை
நீங்கள் ஒருபோதும் சந்தித்திருக்க மாட்டீர்கள்.

முழு ஊரும் உறங்கியிருக்கிற இரவில்
நேற்று உலர்த்திய முந்திரிகளை நெருப்பில் சுடுவாள்
கோதுகளை உடைத்தெறிந்து பருப்புகளைச் சேகரித்து
முடிக்கிறபோது
அவள் கண்ணெதிரில் விடியும் பொறுமையற்ற இரவு

வறுத்துப் பொதி செய்த முந்திரிவிதைகளுடன் கடைத்
தெருவுக்குச் செல்வாள்
முகத்தில் புன்னகை வழியக் கூவுவாள்
“வாங்க வாங்க” . . .
மடிச்சேலையில் முடிந்த அயர்ச்சி
பாவாடை நாடா இறுக்கிய இடுப்பில் சொருகியிருக்கும்.

விற்றுத் தீர்கிற வரைக்கும் கூவிக் கொண்டேயிருப்பாள்

அவளின் மதியப் பொழுதுகளையோ இரவையோ
நீங்கள் ஒருபோதும் சந்தித்திருக்க மாட்டீர்கள்.

காற்றில் மிதக்கும் நீர்க்குமிழி

விடிகாலைப் பொழுதுக்குச் சற்று முன்னதாக
என் மரணம் நடந்தேறியது
என் உயிரைச் சுமந்த நீர்க்குமிழி காற்றில் மிதந்து
கொண்டிருந்தது

மௌனமும் தனிமையும் என் உயிரைத்
திருகியிருக்கலாமென
சிலர் ஊகித்துக் கொண்டிருந்தார்கள்

என் மௌனம் மலைகளின் மௌனத்தைப் போன்றதோ
தனிமை கூழாங்கற்களின் பொறுமையின்மை போன்றதோ
அல்லவெனத் தர்க்கிக்க விரும்பினேன்

அவர்களின் ஊகத்தில் எனக்கொருவிதத் தீங்குமில்லை
எனது தர்க்கம் பைத்தியக்காரத்தனமாக இருக்கக் கூடியது

மௌனமாகவே இருக்கிறேன்
நீர்க்குமிழி காற்றில் மிதந்தபடியே . . .

இவ்வாறு அல்லது அவ்வாறு

முன்னும்
இப்போதும்
இனியும்
அவை மூடியே கிடக்கும்

உள்ளீடு பற்றியது
ஊகங்கள்தாம்

மகத்தானது
மானிடத்தை வென்றிடக் கூடியது
திகிலூட்டுவது
ஏதோ ஒரு சொல்
ஏதோ ஒரு பொருள்

முழு உலகையும் ஒரு பொழுதில்
பாய்ந்தறியும் வேகமிக்க வெந்நிறப் புரவிகள்
கதவுகளின் பின்னால் கட்டப்பட்டுக் கிடக்கலாம்

சிப்பியின் வழுவழுப்பான பொன்னிறத்தில்
விழியால் வாள் வீசும்
*ஹூருல் ஈன்கள் சிறைப்படுத்தப்பட்டிருக்கலாம்

உண்மையுமல்லாத
உண்மைக்கு மாற்றமானதுமல்லாத
ஏதோ ஒரு சொல்
ஏதோ ஒரு பொருள்
அடைபட்டே கிடக்கிறது.

---

* இளமையான சுவர்க்கத்துப் பெண்கள்

அப்போது இரவின் கண்களில் ஒளி நிறைந்திருந்தது

அனர்த்தங்களைத் தனதாக்குவது இரவு

முன்பொரு காலத்தில்
கறைபடியாத வாளின் பளபளப்புடன்
ஒளி ததும்பி வழியும் இசையாக விடிந்தது

இரவிலேதான் ஆக்கிரமிப்பு அரங்கேறுகிறது

ஆயுதங்கள் ஓய்வின்றி
இணக்கமற்ற குரல்கள் இரக்கமின்றி
அமைதியை இடைஞ்சல் செய்கின்றன
ஆன்ம உறக்கத்தைப் பொருளற்றதாக்கி
கல்லறைச் சாளரங்களை உதைத்துத் தகர்க்கும் கால்களின்
ஒரேயொரு சாட்சி இரவே!
இரவு எப்போது தோன்றியதென்று சொல்ல முடியாது
துயரங்களின்
துரோகங்களின்
ஏமாற்றங்களின்
உறவின்
பிரிவின்
காதலின்
சபலத்தின்
சாட்சியாக இருந்து
முடிவில் குருடானது

இப்போதெல்லாம்
இனிய ராகங்களை இசைப்பதேயில்லை இரவு

முன்பு நிலாச்சோறுண்டு கதைகேட்டபடியே
முற்றத்தில் உறங்கினோம்
அப்போது இரவின் கண்களில் ஒளி நிறைந்திருந்தது

கதவுகள் தாழிடப்பட்டிருந்தபோதும்
நடுக்கத்துடன் பதற்றத்துடனே கேட்கிறோம் இரவின்
கதைகளை . . .

இப்போதெல்லாம் இனிய ராகங்களை இசைப்பதே
யில்லை அது!

நெய்தல் பூக்களுக்கு இது தெரியாது

நெய்தல் பூக்களுக்கு என் காதல் தெரியாது
முக்கியமாக நிறம் மாறுகிற அவனது மூக்கை

அன்பை நுகர்கின்ற அந்த மூக்கின் தொடுகை தரக்கூடிய
அமானுஷ்ய அலைகளில் மிதப்பதற்கென்றே
உதிர்ந்து விழுகிறேன் என் கிளைகளிலிருந்து

புத்தம் புதிதாகவே தோன்றுகின்ற அந்த முகத்தின்
ஆதார வெளிச்சமே மூக்குதான்
அந்த மூக்கு என்னில் எழுதிக் குவித்திருக்கும்
ஓராயிரம் சொற்களின் உச்சரிப்பிலும்
நான் பூரணத்துவமாக இருக்கிறேன்
வியப்புதான்,
அவனுக்கு முன்பாக
அந்த மூக்கைக் காதலிக்கத் துவங்கிவிட்டேன்.

அப்போது
கால்களைப் பிணைத்துக் கட்டி எடுத்துச்
செல்லப்படும் ஆட்டினது
கண்களில் தெரியக்கூடிய மிரட்சியோடு
மூன்றாவது வரிசையில் இருந்தேன்
சுருள் வளையங்களாக அலையும் கூந்தல் அழகுடைய
மனைவியும்
அவனது கெட்டிக்காரப் பிள்ளைகளும் முதல்
வரிசையில் இருந்தார்கள்.

அவனது மேடைச் பேச்சில் ஒரு சொற்கூட
நினைவில்லை எனக்கு
நான் கவனித்துக் கொண்டிருந்ததெல்லாம்
மலை ஆடுகளின் கால் நகங்களாகத் தெரிந்த அவன்
கண்களையும்
நிறம் மாறுகிற அந்த விசித்திர மூக்கையும்தான்.

அந்த மூக்கு குருத்து மணலின் ஒளியுடனிருந்தது
பிறகு
சாம்பல்பூத்த சத்தான விளைமணலின் நிறமாகியது
பிறகு சிவந்து
ஊதா படர்ந்தது
சொற்பத்தில் வறுத்த முந்திரியின் நிறத்திற்கு மாறியது

கர்வத்தில்
செருக்கில்
மகிழ்ச்சியில்
நிறைவில்
சீற்றத்தில் என்று ஒவ்வொன்றுக்கும் வெவ்வேறாக
நிறமூர்ந்தது

பிற்பாடு மயக்கத்தில் நடந்தேன்
அப்போது சாமர்த்தியம் போதவில்லை
திருட்டுத்தனமாகக் காதல் வளர்த்தேன்
இறக்கைகளால் அலாதியாக மூடி அடைகாத்தேன்.
காதல் முட்டைகள் குஞ்சுகளாகிப் பறந்து
எனது வானத்தை அழகு செய்தன.

மூக்கின் சாயலற்ற அவன் பிள்ளைகள் குறித்தோ
நிறம் மாறும் மூக்கை இரசிக்காத மனைவி குறித்தோ
நடுக்கமோ அச்சமோயில்லை எனக்கு.
ஒழுக்கமற்றது வெட்கக் கேடானதென்று
என் காதலைப் பழிப்பார்களெனில்
அது குறித்தும் அக்கறையில்லை
எப்பேற்பட்ட தீர்ப்புக்கும் தண்டனைக்கும் தயாரான
தேர்ந்த போராளியின் துணிவு வந்துவிட்டதெனக்கு
என் பறவைகளின் காதுகளில் காதல் சுலோகங்களை
ஓதுகிறேன்
நாசித்துவாரங்களை அலறச் செய்யும் நறுமணம் வழியும்
அசாத்தியக் காதலோவியங்களை கூரான நகங்களால்
அவை வரைகின்றன.

இப்போது முதல் வரிசையின் முன் இருக்கையில்
அவனது ஒவ்வொரு சொல்லாகவும் பொருளாகவும்
இருக்கிறேன்
என்னை அருந்துவதற்காகவே புத்தம் புதிய
கோப்பைகளைச் சமைக்கிறான்.

அவனது மூக்கலை நீட்சியினை
உறிஞ்சும் என் மணல் பரப்பில்
பூத்துச் செழித்திருக்கிற நெய்தல் பூக்களுக்கு
இந்தக் காதல் தெரிந்திருக்க வழியில்லை . . .

தடயமில்லாத நாள்கள்

வீணே கழிந்து கொண்டிருக்கிறது வாழ்வு

மலைமுகடுக்கு அப்பால் மறைகிறது மாலைச் சூரியன்
தூங்கி வழியும் சாலையில்
வெற்று யோசனையுடன்
தன்னந்தனியே நடக்கிறேன்

என்னிரு தோள்களிலும்
திட்டுத் திட்டாய்ப் படிகிறது பனி
முன்பு இருண்ட நீலத்திலிருந்த
என் ஸ்வெட்டர் சாம்பல் பூத்ததாயிருந்தது

காலைச் சிற்றுண்டி
மதிய உணவு
இரவுப் போசனம்
கையிருப்புப் பணம்
உலகத்தைப் பற்றி எனக்கெந்தக் கவலையுமில்லை

சிம்னியின் அருகே அமர்ந்திருக்கிறேன்
கைகளை நெருப்பில் காயவிட்டுத்
தேய்த்துச் சூடேற்றுகிறேன்

சாலையில் நான் நடந்த தடயங்களை
மூடிவிட்டிருந்தது பனித்தூறல் . . .

நீ அப்படியேதான் இருக்கிறாய் . . .

திசைதவறிய வெள்ளாட்டுக் கன்றின் கால்களெனப்
பாய்கிறது காலம்
நினைவுகளின் சாளரத் திக்குகளை மோதித் தகர்க்கிற
மனதில்
பச்சைமலையாகியிருந்தது நேற்று

மலைகளுக்கு அப்பால்
கடல் மைல் தொலைவில் இருக்கலாம் அது

ஈன்ற பொழுதில் அதனை
ஆபிரிக்கன் சவன்னா இனத்தினது என்றார்கள்
ஆறடி உயரமிருந்தது பிறந்தபோதே
அரைநாழிகையில்
கால்களை ஊன்றி எழுந்து உறுதியாக நின்றது
பத்து மணிநேரம் கடந்ததும் ஓடத் தொடங்கியது
உடலும் கோடுகளும் பொன்னிறமும்
பார்த்துக் கொண்டேயிருக்கலாம் போன்றிருந்தது

ஓர் இடையன் சொன்னான்
கள்ளித்தோப்பருகில் பார்த்தேன் என்று
பாகனொருவன் *அகேசியா மரநிழலில் கண்டேன் என்றான்

பசி அழைத்துச் சென்றிருக்கலாம்
எத்தனை மைல்களையும் நோக்கி இழுக்கும் அதன் வயிறு

---

* அகேசியா (Acacia) – வறட்சியான நிலத்தில் வளரும் தாவரம். ஆப்பிரிக்கா நாடுகளில் அதிகம் காணலாம்.

உன் தாட்சண்யத்தை என்னென்பது அகேசியா
வரட்சியிலும் வெப்பத்திலும் தளிர் தருகிறாய்
எங்கள் ஊதா நாக்குகள்
உன்னை எச்சில்படுத்தும்போதும்
கண்டுகொள்ளாமல் பச்சையாகவே இருக்கிறாய்
உன் சின்ன இதழ்களையும் பூக்களையும்
நாங்கள் துவம்சம் செய்கிறோம்
எப்போதும் எதுவுமே சொல்வதில்லை நீ
அத்துணை கொடிய வெப்பத்திலும்
கொத்துக் கொத்தாய் உன்னை நாங்கள் விழுங்கியும்
நீ அப்படியேதான் இருக்கிறாய்
உன் தாட்சண்யத்தை என்னென்பது அகேசியா . . .

சதைக்கோளம்

கொஞ்சம்கூடத் தடுமாறவில்லை
கலங்கவில்லை நீ
முன்னைய தயக்கங்கள் பதற்றங்களில்லை
மிக நிதானமாகத் தெளிவாக இருந்தாய்.

இலக்கும் எதிர்பார்ப்புமற்ற
அப்பாவிக் குழந்தையாக மாறிவிட்டிருந்தாய்

இறுதியாக உன்னிடம் மிச்சமிருப்பவற்றை
அறிய விரும்பினேன்

அது எப்படி உன்னால் முடிந்தது?
வாழ்வின் நெடும் பாதையில்
சேர்த்துக் குவித்ததையெல்லாம்
கலக்கமேயின்றிக் கைவிட
துக்கமேயில்லாத உன் முகத்தைப் பார்க்கிறேன்
வானை நோக்கி உயர எதிர்பார்த்திருக்கும்
புதிய நட்சத்திரமாகப் பிரகாசிக்கிறாய்

அழுத்திப் பிடித்திருந்த என் கரங்களை மெல்ல
விடுவிக்கிறாய்
நிச்சயமான திருப்தியோடும்
உறுதியாகப் பெருமிதத்தோடும்
விடைபெறத் தயாராகிவிட்டிருந்தாய்.

இதயத்தைக் கொந்தளிக்கச் செய்கின்ற
இதுவரைப் பார்த்திராத
மூர்க்கத்தனமான உனது தெளிவு
என்னைக் கலவரப்படுத்துகிறது
நொறுங்கிய கண்ணாடியிழைச் சுவராக நான் சரிந்து
கிடப்பதைக் கவனிக்க
அவகாசமின்றி ஆயத்தமாகியிருந்தாய்.

வாழ்வின் இடையறாத ஒத்திகை
இத்தனை சீக்கிரமாகவா முடிவுக்கு வரும்
என்னில் என்னை மீட்பதற்குள்ளாக . . .

சுவரோவியமாகப் புன்னகைத்தபடி இருக்கும் எனது
பதிலை எதிர்பாராமலே விலகிச் செல்கிறாய்

இதன் முடிவிலிருந்து நிகழப்போகிற துவக்கத்தைக்
காத்திருக்கிறது என் சதைக்கோளம்.

கடலும் ஒரு காட்சியும்

ஒரே திசையில் பயணிக்கும் பறவைகளின் கோலங்களிலும்
அறியாத ஓவியங்களாய்த் திரண்ட மேகங்களின்
திரட்சியிலும்
உறங்கத் தயாராகிக் கொண்டிருந்தது ஆரஞ்சு வானம்.

சிலர் கைகளை வீசி வேகநடையில்
சிலர் எதையோ எண்ணிக்கொண்டே மிக மெதுவாக
சிலர் கூட்டமாக
சிலர் தனியாக
சிலர் துணையுடன்
சிலர் குழந்தைகளுடன்
மனிதச் சித்திரங்களால் நிரம்பி வழிகிறது மாலைக்
கடற்கரை

இலக்கற்று அலையும் பார்வையுடன் விரல் சூப்பும்
குழந்தையைச் சுமந்து நடக்கிறாள் அவள்
புதையும் கால்களை இழுத்தவாறே
மணலில் புரளும் நீண்ட புர்காவை
ஒரு கையால் தூக்கிப் பிடித்திருக்கிறாள்
அருகே அவள் துணைவன்
வெள்ளை ரீசேர்டில்
மயிர் அடர்ந்த நீண்ட தடித்த கால்கள் தெரிய
அரைக்காற்சட்டையும்
அதன் இரு பாக்கட்டுக்களிலும் கைகளை விட்டும்
மிக நிதானமாக நடக்கிறான்
காற்று தடங்கலின்றித் தழுவ
மிக அலாதியாகக் கடலை ரசிக்கிறான்
அலைக்கரங்களுக்குப் பாதங்களைத் தடவத் தருகிறான்
புரண்டுவரும் அலையை உதைத்துக் குதிக்கிறான்

அரண்டு அழும் குழந்தைக்கு
பால்புட்டியைத் திணித்தபடி
வியர்வை வழியும் முகத்துடன்
கரையோர மணல் மேட்டில் குந்தியிருக்கிறாள் அவள்
மங்கிய மாலை இருளில்

பறவைகள் பயணிப்பது நின்றுவிட்டிருந்தது
மேகங்கள் சற்றே இருண்டு பெருத்த பயம்தரும்
உருவங்களாகியிருக்க
இருளில் அலைகள் புரண்டெழுந்து இரைந்தது
நிறுத்தாமலே . . .

அடையாளம்

எனக்கு அவர்களைத் தெரியாது
அவர்களுக்கும் என்னைத் தெரியாது

அவர்கள் எண்ணிக் கொண்டிருப்பது
நானொரு முக்காடிட்டவள்
தலைகுனிந்து நடப்பவள்
குரல்தாழ்த்திப் பேசுபவள்
எதற்கும் எதிர்க்குரல் எழுப்பாதவள்

நானோ
விரும்பின் மட்டும் முக்காடிட்டுக் கொள்கிறேன்
சிலபோது துப்பட்டா அணிவதும் கிடையா
என் கண்ணுக்கு மை இடுகிறேன்
உதட்டுக்கு விரும்பும் பூச்சு
அலங்கரிக்கிறேன், நறுமணம் பூசுகிறேன்
விரும்பும் எல்லா நிறங்களிலும்
என் ஆடைகளை நானே தேர்வு செய்கிறேன்
எனது வண்டியை நானே ஓட்டுகிறேன்
விரும்புகிற இடத்தில் நிறுத்துகிறேன்
மாலை உலாச் செல்கிறேன்
சாலையோரக் கடைகளில் திண்பண்டங்கள் வாங்குகிறேன்
மென்று அசைபோட்டவளாக பராக்குப் பார்க்கிறேன்
அடர்ந்த மரங்களின் கீழாக,
புற்தரைகளில் அமர்ந்து சிற்றிதழ்கள் படிக்கிறேன்

இப்போது அவர்கள் சொல்கிறார்கள் என்னை
முர்தத்[1] ஆனவள் இப்லீசுவின் சிநேகிதி என்று

எப்போதும் எவருக்கும் எந்நிலையிலும் குற்றமேதும்
புரிந்திலாத
அகன்ற பரந்த என் நெற்றியில் இருப்பது
தினமும் முப்பத்திநான்கோ அல்லது அதிகமாகவோ
நான் சுஜூது[2] செய்ததன் அடையாளம்!

---

1. முர்தத் – மதம் மாறுதல் (இஸ்லாத்தை விட்டு நீங்குதல்)
2. சுஜூது – தரையில் நெற்றிபட வீழ்ந்து அல்லாஹ்வைத் தொழுதல்

வெற்றுச் சொற்கள்

சாதாரண அசாதாரண
எதார்த்த விசாரங்களில்
துருத்துகிறது முரண்பாடு

முரண்பாடுகள் முரண்பாடுகளே
அது அப்படியொன்றும்
வெறுத்தலுக்குரியதன்று
அது சாதாரணமானதும் அன்று
அசாதாரணமானதும் அன்று

சீகிரியக் குன்றினொரு ஓவியமாக
கூந்தலை உலரவிட்டுக் குந்தியிருக்கும் நானாகட்டும்
பிரபஞ்சமாக உன்னை நீயே சித்தரித்து
நான் எனக்குமில்லாதவன், எதற்குமில்லாதவன் என
உட்கை ரேகைகளை வாசிக்கும் நீயாகட்டும்
முரண்பாடுகளிலிருந்தே வந்தோம்

நம்மைப் பிரசவிக்கும் முன் அவர்கள்
ஓர் ஆணாகவும் ஓர் பெண்ணாகவும் இருந்தார்கள்
சில காரணங்கள்
சில கேள்விகள்
சில சந்தேகங்கள்
சில அடையாளங்கள்
சில எதிர்ப்புகள்
சில கட்டுப்பாடுகள்
சில கட்டளைகள்
அவர்களை முரண்பாடாக்கியது

ஆண் என்கிற முரண்பாட்டுக்கும்
பெண்ணாகிய முரண்பாட்டுக்கும்
ஆகிய முரண்பாடு நாம் என்பதால்
நாம் ஒன்றும் அசாதாரணம் கிடையாது
சாதாரணமும் கிடையாது
எதார்த்தமும் எதார்த்த முரணுமாகாது

எல்லாமும் மாய அர்த்தங்களால்
அலைக்கழிக்கும் வெற்றுச் சொற்கள்
நான் பெண், நீ ஆண்
பிரபஞ்சங்களின் முழுமை
நமக்குள்தான் புதைந்து கிடக்கிறது
தேடுவதும் அடைவதுமான வாழ்வில்
நான் உன்னையும் நீ என்னையும்
ஏமாற்றுகிறோம்!

யாத்ரீகனும் அவர்களும்

அவன் சொல்கிறான்
ஆன்மீக பலம் ஒன்றாலே இத்தகு உயர்வடைந்தேன் என்று

அவன் சொன்னது உலகத்தரமான நகைச்சுவை என
நகைக்கிறார்கள் அவர்கள்

சொன்னவன் சாமியாரோ
குல்லாவும் குறுந்தாடியும் உடையோனோ
துறவியோ சித்தனோ அல்ல
சாமான்யன்
ஆனால் சொற்களால் பிழை விடுகிறவனிலான்.

அவனைக் கிறுக்கன் உளறுவாயன்
அரசியல் கோமாளி என்கிறார்கள்
மனம் அற
அவன் சொன்னதன் அர்த்தம் தெரியாதவர்களுக்கு

அவர்களது அறிவின் அடிப்படையில்
அவர்கள் நம்புவது ஆன்மீக வாசனை
வெற்று மூக்கால் நுகரும் சாம்பிராணியோ சந்தனமோ என
அவர்கள் கணிப்பிடுவது ஆன்மீக உருவம்
வெற்றுக் கண்களால் காணத்தக்க வெண்ணிறமோ
காவியோ போர்த்தியதென
அவர்கள் எதிர்பார்ப்பது ஆன்மீக மொழி
வெறும் உதடுகளால் ஜெபிக்கும் அரபி பாலி
சமஷ்கிருதமோ
வேறெதும் புராதனமானதோ பாஷை என

பலவீனங்களை வென்ற
புலன் தரிசனத்திற்கு அப்பாலான
ஒருமை திரளத் தன்மை சூழ்ந்த
யாத்ரீகன் அவன்
ஒன்றைத் துறந்து இன்னொன்றை அடைகிறான்

அவன் இலக்கு பிரபஞ்சத்தை அடைவது
நோக்கி நகர்கிறான்
உலகத்தின் ஒவ்வொரு பாகமாய் கொன்று தின்றபடி . . .

ஒரு பாடலை எழுதிக் கொண்டிருக்கிறேன்

ஒரு பாடலை எழுதிக் கொண்டிருக்கிறேன்
முரண்பாட்டை நிராகரிகரிப்பின் காரண
காரியங்களைப் பத்திரப்படுத்த
ஆதாரமாய் ஒரு பாடலை எழுதிக் கொண்டிருக்கிறேன்

அவர்கள் சொல்கிறார்கள்
என்னை ஒழுக்கங் கெட்டவள்
தேவடியாள் என்று

காதல் அடிமையாய் இருக்கலாம்
புணர்ச்சியைப் பேசுதல் குற்றமென்கிறார்கள்
பிள்ளை பெறலாம்
எந்தத் துவாரம் வழி அதுயென
கூறுதல் குற்றமென்கிறார்கள்

துல்லியமாய்ச் சொல்வதானால்
உச்சபட்சமாக
மரணதண்டனையே எனக்கு

என் உடலிலிருந்து
தலையை அறுத்தெறிய முன்
இறுதி மில்லி வினாடி வரையும்
நான் வாழ்வேன்

இது எனதே உடல்
என் அலங்காரம்
என் அணிகலன்
என் ஆடை
என் காலணி
என் நறுமணம்
என் மொழி
என் மதம்
என் காதல்
நான் வசிக்கும் வீடு
நான் நடக்கும் சாலை
நான் படிக்கும் புத்தகம்
எனதாகவே இருக்கும்படி
நான் விரும்புவதாக இருக்கும்படி
வாழ்வேன்

இறுதி மில்லி வினாடி வரையும்
நான் வாழ்வேன்.

மரம் வேர் நிலம்

வேதங்களைக் கொஞ்சம் தள்ளி வை
நேரே வந்தமர்
முழுசாய்த் திற என் போல . . .

அடிகளின் கதைகள் தெரியுமா உனக்கு
என்ன சொல்வாய்
புராதனமானது
போற்றுதற்கரியது
இப்படித்தானே

வேர்களின் கதைகள் இன்னும் புரியவில்லை உனக்கு
எங்கெல்லாம் ஓடி இறுகுகின்றன என்று.

வேலி இறுக்கமானதே
வேதத்தின் வழியில்
ஆகமப் போதனைகளால் கட்டுறுதியானது
டோக்கியோ சீமெண்ட் கொங்கிறீட் என்றிருக்கட்டும்

வேர்களைப் பார்
அடுத்த வீடு அதனை அடுத்த வீடு
வெட்கங்கெட்டுப் பரவியிருக்கிறது
எத்தனை வீடுகள் பரவினாலும் நிறுத்துவதில்லை அவை
இன்னும் இன்னுமென
அலைந்து ஊடுறுவுகின்றன

வேர்களை விடு
அடிக்கோடிட்ட வரிகள் இருக்கின்றன உன்னிடம்
துர்க்கதைகளை நியாயப்படுத்த

நிலத்தைப்பற்றிப் பேசுவோம்
நானும் நீயும் இறுமாப்பாய் வேலிபோட்டிருக்கிறோம்
இது எனது அது உனது
எல்லைகளை அளந்து பிரித்திருக்கிறோம்

நம் பாதங்களுக்குக் கீழாக
முதுகுப் புறமாக
அலைந்து ஊடுறுவிக் கொண்டே இருக்கின்றன
வேர்கள் . . .

இருண்ட ஒற்றை நிறம்

மூடு
தலையை முகத்தை
முழு உடலையும் மூடு
கைகளுக்கும் உறை காலுக்கும் உறை
இருண்ட ஒற்றை நிறத்தில் வா

சாலைகளில் தனித்து உலவாதே
நீ பஞ்சு
நெருப்பு உன்னைப் பின்தொடரும்
நறுமணம் விலக்கப்பட்டது
இப்லீசுகள் உன்னை இம்சிக்கும்
தீண்டாதே

சிரிக்காதே
உன் குரல் அவர்களை வசீகரிக்கும்
அலங்கரிக்காதே
அது அவர்களை மயக்கத்தில் ஆழ்த்தும் அறிவிழக்கச்
செய்யும்

ஒற்றை நிறம்
உனக்கான முன்தண்டனை

உன்னைத் திறக்காதே
அந்தப் பலவீனர்கள் பற்றிக் கொள்வார்கள்
பூமி எரியக்கூடும்
ஆதலால்
எப்போதும் மூடியே கிட

உன்னைத் திறக்கலாம்
அவர்களுக்காகவே நீ அம்மணமாய்க் கிடப்பாய்
சில ஜாமங்களில்
சில பகல்களில்
சில பனிபூத்த காலைகளில்
உன்னில் கவிந்து கிடக்கும் இருண்ட ஒற்றை நிறம்.

அவர்களுக்குத் தெரியாது

வெகுநாளாயிற்று
சாலைகளில் நாங்கள் கைகோர்த்து நடந்து

என்னைப் போல் அவன் கவிதை எழுதவில்லை
கவிதையாகவே வாழ்ந்து கொண்டிருக்கிறான்

என்னைப் போல் அவன் மௌனமாக இல்லை
கதைகள் சொல்லிக் கொண்டிருக்கிறான்

என்னைப் போல அவன் சோம்பலாக இல்லை
மொத்த உலகமும் தனதென்ற கனவில் மிதக்கிறான்

என்னைப் போல கதவைத் தாழிடுவதில் இல்லை
அவன் கவனம்
எந்த வழியில் வெளியேறலாம் என்றே ஆராய்ந்து
கொண்டிருக்கிறான்

அறைமுழுக்கச் சித்திரங்கள்
யாராலும் முடியாத உலகத்தை
சிருஷ்டித்துக் கொண்டேயிருக்கிறான்

ஒவ்வொரு அதிகாலை எழுந்ததும் கேட்கிறான்
இன்று நாம் வெளியே போகலாமா என்று

ஒவ்வொரு இரவும் உறங்க முன்னும் கேட்கிறான்
நாளை நாம் வெளியே போகலாமா என்று

இருள் கவிந்த இந்தத் திகில் வழியில்
என்னைத் தள்ளிவிட்டவர்களுக்குத் தெரியாது
எனக்கொரு பையன் இருக்கிறான்
அவனுக்கொரு உலகம் இருக்குதென்று.

அவளுக்கான அஞ்சலி

அவள் மரணித்ததாய்ப் பேசிக் கொள்கிறார்கள்

அவளைக் கொன்றதில்
தவறொன்றும் கிடையாதென
நியாயத் தராசில் மாறி மாறிக் கொலையாளிகள்
தங்களை மதிப்பிட்டுக் கொள்கிறார்கள்

திரையில்லாமல் நெஞ்சை நிமிர்த்தி நின்று கேள்வி
கேட்டிருக்கிறாள்

முகத்தைக் காண்பித்தபடி
தன்னந்தனியாய் ரயிலேறிப் பயணித்திருக்கிறாள்
வட்டமேசையில் ஆடவர் சிலரோடு சம்பாஷித்திருக்கிறாள்
காதல் செய்து பின்னொரு நாளில்
*பஸஹு செய்திருக்கிறாள்

அவளைக் கொன்றதால்
மனுக்குலத்தின் மா கௌரவம்
மேலும் மகத்தானதாக்கப்பட்டதாக
மார் தட்டிச் சொல்கிறார்கள்

அவளைக் கொன்றதால்
கொலையாளிகள்
காவலர்களானார்கள்
அவர்களுக்கு விருந்தோம்பல் ஊரெங்கிலும் . . !

---

* பஸஹு – இஸ்லாமிய விவாக விவாகரத்துச் சட்டத்திற்கமைவாக ஆணிடமிருந்து பெண் கோரும் விவாகரத்து.

போதையின் கண்கள்

நெடுநாள் பழகியவளாக
ருசித்துப் பருகுகிறேன்
வெடித்துச் சிதறி
காற்றின் கால்களில் நகரும்
பஞ்சுக் கூட்டம்
முயல்களாகத் தவழ்ந்தன

போதை ஏற ஏற
கனிகளைத் தாங்கிய
பேரீச்சம் மரமாகிறேன்
இந்திரலோகப் பட்சிகள்
ராகங்கள் பலதை
என் தோளில் அமர்ந்து இசைக்க ரசிக்கிறேன்

கள்ளிப் பழங்கள்
மடியில் சொரிந்து கிடக்க
தொப்புளின் மிதமான சூட்டில்
பூமி கண்ணயர்ந்திருந்தது சுகமாக . . .

அது துக்கம் களைந்த இரவு!

நான் பேரீச்சம் மரமாக வேண்டும்
கள்ளிப் பழங்கள்
மடியில் சொரிந்து கிடக்க வேண்டும்
தொப்புளில் பூமி கண்ணயர வேண்டும்

நெடுநாள் பழகியவளாக
ருசித்துப் பருகுகிறேன்
போதை ஏறுகிறது
பூமி கண்ணயர்ந்திருந்தது சுகமாக . . .

ஈரம்

வசந்தகால வனப்பில் கூடுகள் இடம்மாற
பறவைகள் வந்தமராத் துயரில்
சோபையிழந்து தனித்து நிற்கின்றதோர்
இலையுதிர் காலத்து மரம்

உடல் காய்ந்து வரண்டு
பிசிரற்றுப் பட்டைகள் வெடித்துக் கழன்று
எறும்புகளும் இல்லை
வெற்றுப் பொந்துடன் . . .

அட்டணக்காலில் படுத்துக் கிடந்த மலைகள்
திணுக்குற்றெழுந்து,
மழை வருமென்று கட்டியங் கூறிற்று
இலையுதிர்வு வசந்தத்தின் ஆதியென்றும்,
உதிர்வு துளிர்ப்பின் நிச்சயமென்றும்
ஆறுதல்படுத்திற்று

இதுநாள் வரை
மலைகள் இரக்கமற்றவை
எறும்பின் ஊரல் எருமையின் ஏறல்
எதையும் பொருட்படுத்தாதவை
உறங்கியே ஊதிப் பெருத்தவை

இப்போது மரம் எண்ணியது
மலைகளுக்கும் ஈரம் உண்டு!

என் மாதுளங் கனித் தோட்டம்

என் மாதுளங் கனித்தோட்டத்தை
முழுதும் செப்பனிட்ட என் நிலத்தைத் தேடுகிறேன்

நுண்ணுணர்வின் கடந்த நினைவுகளுள்
பசுமை ஆறுகள்
அறுசுவை அலைகள்
பனித்துளிகள் வழியும் புல்தரை
தொடுவானில் நிலவு . . .

நான் நெடுங்காலம் வாழ்ந்திருந்தவள்
வரலாறு உடையவள்

அவன் பலவீனன்
சாத்தானின் கட்டுக்கதைகளில் மூழ்கி
இசையை அருந்த அவாவுற்றான்
என்னைத் தன் பத்து விரல்களால் மீட்டினான்

தண்டனையாக பூமி உருவாயிற்று

இரட்சகன் நீதியானவன்
எனக்கும் ஆதாமுக்கும்
சம தண்டனைதான்
இரு கரங்களால் வீசி எறிந்தான்

கண்ணாடியில் எப்போது தோன்றினும்
காமத்தில் சிவந்த ஆதாமினதும்
செருக்கில் குதூகலிக்கும் சாத்தானினதும் கண்கள்
என்னை வெறிக்கின்றன

என் மாதுளங் கனித்தோட்டத்தை
முழுதும் செப்பனிட்ட என் நிலத்தைத் தேடுகிறேன்

யசோதரா

பருத்திக்காடு
சதைத்த கனிகள் சொரிந்து கிடக்கும்
ஒற்றை வழிப்பாதை
மூங்கில் புதர்களிடையே வீசியெறியப்பட்ட எனது உடல்

அத்திமரத்தின் அடிப்பாகத்தில்
சாய்கிறேன்

புளியமரத்தின் இலைகள்
இடவலமாய் அசைந்தபடி
சீரற்ற என் சதுப்பு நிலத்தில்
சுவடு பதிய வீழ்கின்றன

எதிரே
நந்தவனத்து அரசமரத்தடியில் கௌதமர்
புத்தனாக ஞானம் பெறும் தியானாசனத்தில் . . .

கடவுளைச் சபித்தபடி
இரசனையற்ற அவன் இசையை
செவியேற்கிறேன் . . .

ஞானத்தின் முடிவில்
என்னை அறியாதவன் போல்
கடந்து நகர்கிறான் புத்தன்

இலைகளற்ற அத்திமரத்தினடியில்
அளப்பரிய என் காதலும்
உதிர்ந்து கிடக்கிறது சருகாக . . .

பிடிபட்டது நானல்ல, என்னொரு நிறம்

நிறத்திலிருந்து திரிக்கையில்
ஒவ்வொரு நூலாய் பிரிகிறேன்

கூத்தாடிக்குக் கொண்டாட்டம்
குதூகலத்தோடு
ஒவ்வொரு நூலாய் பிய்த்தெறிகிறான்

என்னொரு நிறத்தைப் பட்டை தீட்டி
அவனை வெகுவாய்க் கவர்ந்த
கருமையை அள்ளிப் பூசுகிறான்

அவன் குலக்கூட்டத்தின் கண்களை
எப்போதும்போல
இருளால் மூடி உறுதி செய்கிறான்
என்னொரு நிறம்
பிடிபட்ட கதையை உரத்துக் கூறுகிறான்

இருளே பழகிய கூத்தாடியும்
ஒளியே அறியாத அவன் கூட்டமும்
என்னொரு நிறத்தைச் சிறைப்பிடித்ததைக்
கொண்டாடிக் களிக்கிறார்கள்
தினமொரு இசை
தினமொரு நடனம்
நாள்தோறும் அரங்கேற்றம்.

ஹூருல் ஈன்கள்

முள்ளற்ற இலந்தை மரத்தின்
நீண்ட நிழல்

தெளிவான உயர் மது நிரம்பிய
கிண்ணங்கள் குவளைகளை
ஏந்தியபடி அலையும் சிறுவர்கள்
பட்சிகளின் மாமிசம்

காலவித்தியாசமின்றி எச்சமயத்திலும்
செழித்துக் கிடக்கும்
ஏராளமான கனிவர்க்கங்கள்

ஒன்றின் மேல் ஒன்றாக
உயரமாக்கப்பட்ட விரிப்புகளில் கம்பளங்களில்
இருக்கைகள், சிம்மாசனங்கள்
பொன்னிழைகளால் ஆன உன்னதக் கட்டில்கள்

கேட்பது அத்தனையும் கிடைக்கும்
நினைப்பது வசமாகும்

எத்தனை பரவசமானது
பிர்தவ்ஸ்[1]

இலந்தை மரத்தின் நிழலாக ஓடிக்கொண்டேயிருக்கும்
நீராறு, பாலாறு, தேனாறு, மதுவாறு
பட்சிகளின் மாமிசமாக
கனிவர்க்கமாக
[2]ஹூருல் ஈன்களும் . . .

பெண்ணுடல் மீளுருவாகிறது
நன்மையான செயலுக்குக் கூலியாக
ஹூருல் ஈன்கள்

ஆக, சொர்க்கத்திலும் பிண்டம்தான் பெண்!

---

1. சுவர்க்கம்
2. இளமையான சுவர்க்கத்துப் பெண்கள்

நிழலற்ற மரம்

ஆன்மாவைச் சென்றடையும்
சாலையில் நடக்கிறேன்
கல்லறையைக் கடந்து செல்கையில்
என் உடல்
வெண்ணிறப் புறாவின்
ஒற்றை இறகாய் உயர்ந்தது

எனது நிழலைத் தளர்த்துகிறேன்

என்றுமில்லாதவாறு நிலவு பிரகாசிக்கிறது
நிலத்தின் வாசம் திருப்பியழைக்கிறது
சலித்துப்போன காதல் குரல்கள்
புத்துயிர்ப்புடன் குழையக் கேட்கிறேன்

இருக்கட்டும்;
நிலவு பிரகாசிக்கட்டும்
நிலம் வாசத்தை வாரியிறைக்கட்டும்
காதல் குரல்கள் குழைந்து கொண்டேயிருக்கட்டும்

நான் எனது
ஆன்மாவைச் சென்றடைவது உறுதி

நிழலை உதறிக் களைகிறேன்

இப்போது
என் விழியிருந்த இடத்தில் நட்சத்திரங்கள்.

ஒருவரும் காணாதவன்

பப்பாளி விதைகள் பாத்தியிட்ட நெஞ்சுக்குக் கீழாக
மாதுளம்பூ வடிவத்தில் மச்சமிருந்தது
மீன்குஞ்சுகளுடன் விளையாடிப் பழகிய
ஆயுள்ரேகையற்ற உள்ளங்கையில் சிவப்பேறியிருக்கும்
கடுமையும் மென்மையும் தெரியாத குரலோசை
காலைப் பனியில் நனைந்திருக்கும் பூவாக உதிரக்கூடியது

அறுவடை பற்றிய அக்கறையில்லாமலே
விதைகளை விதைத்துக் கொண்டிருப்பான்
வளர்க்கிறவனாகவே இருந்தான் எப்போதும்
உதிர்கிற ஒவ்வொரு இலைக்காகவும் வருந்தினான்
சோதனைகளில் அவ்வப்போது ஈடுபட்டுத் தோல்வியுற்றான்

அவனது காலத்தில் கனவுகள் பிறந்திருக்கவில்லை
இடையீடற்ற உறக்கத்தில் இறைவனைச் சந்தித்தான்
ஒவ்வொரு காலையும் புதிதாகப் பிறந்தான்
அவன் சுவைத்துத் துப்பிய கனிகளின் விதைகள் முழுவதும்
பசளையின்றி வளர்ந்து
மீண்டும் பசியெடுப்பதற்குள் காய்த்துச் செழித்தன

அங்கே, அவனது உலகின் நாலாபுறமும் நீர் சூழ்ந்திருந்தது
அடர்சிவப்பாக அடிவானமிருந்த பொழுதொன்றில்
நதியில் நீராடுகையில் மூழ்கிப் போனான்
மூச்சுத்திணறிய அவனது ஆன்மா
மங்கலான ஒளியாகக் கரையேறியது.

அப்பாற்பட்டது

போகுமிடத்தை முடிவுசெய்வதில் குழப்பம்
எங்கிருந்து வந்தவர்களென்பது
ஞாபகத்திலிருந்து நீங்கிவிட்டிருந்தது

ஊன்றிச் சிந்தித்ததில்
நெற்றி நரம்புகள் புடைத்தெழுந்தன

சிந்தனையின் திருப்பங்களைக் கவ்விப் பிடித்து
அர்த்தம் தேடுகிற அவனுக்குப் பின்னே
ஒளியேந்தியபடி தொடர்கிறாள்

பலகோடி ஆண்டுகள் முன்னைய
நைய்ந்துபோன எலும்புகளை அகழ்ந்தெடுத்து
தங்களுடையதுதானா இதுவென ஆராய்கிறார்கள்

ஆயிரம் அடிகள் ஆழத்திற்குமேல் புதையுண்டுபோன
தொன்மை நகரொன்றிலிருந்து மேலேழுந்துவரும்
காற்று மகிழ்விக்கிறது

என்றோ இளைப்பாறிய நினைவுகளுடன்
வேர் சிதைந்த பலா மரத்தின்
கனிகள் பசியாற்றுகிறது

நொறுங்கிய சில கற்களைப் பொறுக்கி
வாழ்ந்த வீட்டினது என
முத்தமிடுகிறார்கள்

விநோதம் நிரம்பிய எதிர்பார்ப்புகளுடன்
புதையுண்ட நகரத்தைத் துப்புரவு செய்கிறார்கள்

இனி அங்கேயே வாழ்வார்கள்
யாருமற்ற அந்தப் பிரபஞ்சத்தில்
அற்புத நடத்தைகள் கொண்ட குழந்தைகளை
வளர்ப்பார்கள்.

புராதன ஊர்

பூவரச மரங்கள் அடர்ந்த
மணல் பரப்பிய ஒழுங்கைகளில்
வெளிச்சம் நிரம்பி வழிகிற வீடுகளில்
மாலைநேர ஊதுபத்தி மணங்களில்
பாங்கொலி முழக்கங்களில்
அதிகாலைக் காலடியோசைகளில்
அங்கே, அந்தப் புராதன ஊர்
இருந்துகொண்டிருக்கிறது

என்னை நேசிக்காதுபோன
மன்றாட்டங்களைச் செவிசாய்க்காதுபோன
கண்ணீரை நீர்க்கச் செய்த
புராதன ஊர் அங்கே
இருந்துகொண்டிருக்கிறது

*ஏறாவூரே, என் மண்ணே
என் தடயங்களை மீண்டுமாக நினைவுருத்து
ஊஞ்சலாடிய தென்னோலைகளை
தூறலுக்குக் குடையாயிருந்த பப்பாளி இலைகளை
பல்லாக்கிழுத்தாடிய கமுகுப் பாளைகளை
வாழைமரத்தடிப் பச்சை இஞ்சியின் மணத்தை
விரலிடுக்குகளில் வழிந்தோடும் பிளாட் மாம்பழங்களின்
சுவையை
தெருமுழுதும் வாசம் பரப்பும் பலாச்சுளைகளை
ஓ! எவ்வளவை இழந்திட்டேன்.

* ஏறாவூர் கிழக்கு மாகாணத்தின் மட்டக்களப்பிலுள்ள நகரம்

பிரியத்திற்குரிய ஊரே
நான் சலிப்படையவில்லை
பின்வாங்கவுமில்லை
அறுவடையின் காலம் வரும்போது
பைத்திய நிலை தெளிந்து மனப்பாங்கு மாறும்
எனக்குரிய ஆடைகளை நீ நெய்கிற பொழுதுகள் வரும்

இனி எதுவும் சொல்வதற்கில்லை
என் காலணிகளை அங்கேதான் விட்டு வந்திருக்கிறேன்
என்றென்றைக்குமாக!

சிப்பிக்குள் வாழ்கிறவர்கள்

மீண்டும் புறக்கணிப்பதென்றே முடிவு செய்தார்கள்
பார்வையின் பிரகாசத்தைப் பறிக்கும்
இருண்ட சொற்களால் பரிகாசித்தபடி

நுழைந்துவிடுவேனென்ற ஊகத்தில்
கதவுகளை மூடியே வைத்திருக்கிறார்கள்
முத்திரைகள் பொதித்த பாராட்டுதலைப் பெற
மேலதிகமாக இரு கால்களை வளர்த்துக்கொள்ளாதவள்
எனத் தெரிந்தும்
சொற்களை மேசைகளில் பரப்புகிறார்கள்
எறும்பு கூடத் தின்ன முடியாத காய்ந்து இறுகிய
மாவுக்கட்டியாக
உருள்கின்றன அவர்களின் வினோதப் பிரஸ்தாபிப்புக்கள்.

குடியிருப்புகளை இடமாற்றித் தூர வீசியெறியும்
புயலுக்குப்போன்றே
முன்னெச்சரிக்கையுடன் என்னை எதிர்கொள்கிறார்கள்.

நிலமும் திசையும் வேறாகிப்போனாலும்
பச்சிளம் பலாத்தளிர்களிலிருந்தும்
வாழ்ந்த வீட்டின் முற்றத்துக் கருவேப்பிலையின்
கிளைகளிலிருந்தும்
வண்டு மொய்க்காத சிவந்த போகன்வில்லா
பூக்களிலிருந்தும்
தேன் நிரம்பிய செம்பருத்தியிலிருந்தும் புரண்டு வருகின்ற
ஏறாவூர் காற்றையே சுவாசிக்கிறேன்
என விவரிக்க விரும்பினேன்

குறிப்பு: ஏறாவூர் கிழக்கு மாகாணத்தின் மட்டக்களப்பிலுள்ள நகரம்

என் கவிதைகளில் விழுகிற ஒளியைப்
பிடிவாதமாக மறுதலித்துக்கொண்டே
கூரிய ஊசிமுனைகளால் கண்கள் காயப்பட்டவர்களாக
இரும்பை உருக்கிக் காதுகளில் நிரப்பிக்கொண்டவர்களாக
பிறவியிலேயே அறிவாற்றலை இழந்தவர்களாக
மீண்டும் முடிவுசெய்தார்கள்
இல்லை, அவளை இந்தப் பட்டியலில் சேர்க்கவே கூடாது.
மேலும் சொல்லிக் கொண்டார்கள்
நமது ஊரின் தொன்மத்தை ஏப்பமிட்டாள் அவள்!

பனிப்பழங்கள்

அளப்பெரியது என்கிறேன்
அளவிடற்கரிய தென்கிறான்

விவாதித்தவாறே
பனிப்பழங்களைப் பொறுக்குகிறோம்

எறும்பின் கால்களில்
ஊர்ந்து நகரும் காலத்தை
மென்று விழுங்கியதாலே பனிப்பழங்கள்
முற்றிக் கனிந்ததாகக்
கதை சொன்னான்

நம்ப மறுத்தேன்

பனிப்பழங்கள்
பழங்களானதில்
நானும் அவனும் முரண்பட்டோம்
அதுவரையும் தூறிய மழை
சிடுசிடுத்துப் பெய்தது

இப்போது இசைக்க ஆரம்பித்திற்றேன்
மழை தேவதைபோலக்
கைகளை விரித்துச் சுழன்று ஆடுகிறேன்
என்னிலிருந்து முகிழ்கிறது
முற்றிய பனிப்பழங்கள் . . .

சபதம்

பலவிதமான ஞாபகங்கள் உலுக்குகின்றன
துக்கமும் குமுறலுமாக
வெகு தொலைவுக்கு இழுத்துச் செல்கின்றன

மீளவேமுடியாத ஒரு வெளியை
உனக்காக நானே நெய்தேன்
என் ஆன்மாவுக்கு நேராக வீசுகிற காற்றை
முத்தமிட்டு உனக்கு அனுப்புகிறேன்

புதிய வீரியத்துடன் எழும்புகிற ஒவ்வொரு முறையும்
முதுகில் அலைகள் வீழ்கின்றன
குரல் கசிந்துருக
உடைந்த வார்த்தைகளைக்
காதலின் முதுசமாகச் சேமிக்கிறேன்

இடைவிடாத யாகத்தினால்
அற்புத சக்திகளுடன் ஓர் நாள் உயர்வேன்
தீர்க்கதரிசனங்களைப் பொய்யாக்கி
என்னை மீட்பேன்.

எவரும் நம்புவதற்காக அல்ல

இப்போதிருந்து மூவாயிரத்து நூறாண்டுகள் முன்னொரு பொழுதில்
எல்லைபிரிக்கப்படாத வெளியில்
நெருப்புக்கூட கண்டறியப்படாத
கடுங்குளிர் பெரும்மழை சுடும் வெப்பமென்றதெனூடும்
இயற்கை ஆவேசங்கொள்ளாத காலத்தே
நாங்கள் இருந்தோம்
இறுக அணைத்து முத்தமிட்டுக் கொண்டிருந்தோம்.

வேடர்களும் அம்புகளும் இல்லாத அங்கே
பறவைகள், மான்கள் ஆகிய எல்லாமுமிருந்தன
நாங்களும் இருந்தோம்
காற்றைச் சுமக்கிற காற்றாகி
ஆளையாள் சுமந்தபடி . . .

உறுதியாக,
எவரும் நம்புவதற்காக அல்ல
ஒழுங்கின்றிப் புதையுண்டு கிடக்கும் எண்ணற்றவர்களின் ஞாபகங்கள்
புகைமூட்டமாக மேலேறியபடி மூடுவதிலிருந்தே முந்தைய ஞாபகங்களைப் பதிகிறேன்
சிருஷ்டியின் முடிவற்ற வாழ்வை
ஒன்றிலிருந்து அது இன்னொன்றுக்குத் தப்பிப்பிழைப்பதை
உணர்வதும் அறிவதும் எளிதானதில்லை
ஒன்றுகூட்டிஎழுத்துக்களைப் படிப்பதுபோல அறியக்கூடியதோ
தெளிவுபடுத்தும் வழிகாட்டி நூல்களைக் கொண்டதோ இல்லை

பிரபஞ்சம் முடிவற்றது
இப்போது வளர்ந்தும் வடிவத்தில் மாறியுமுள்ளது
நிர்வாணமாக இருந்த நாங்கள்
ஆடைகளைப் போர்த்திக் கொண்டிருக்கிறோம்
பெயரற்ற நாங்கள்
சொற்களால் உரையாடுகிறோம்

உலகை மயக்கமுறச் செய்யும் மர்ம வாசனையாகக்
கிளறப்படுகிற ஞாபகங்களில்
ஆன்மாக்களின் அழிந்துபோன உருவங்கள்
மேற்கிளம்புகின்றன.

www.ingramcontent.com/pod-product-compliance
Lightning Source LLC
LaVergne TN
LVHW100337181026
850499LV00039B/1114
* 9 7 8 9 3 8 2 0 3 3 5 2 3 *